Ndizi za Bibi

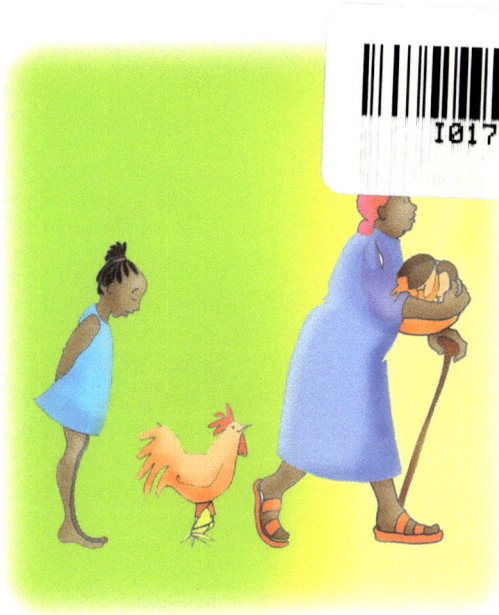

Imeandikwa na Ursula Nafula

Imechorwa na Catherine Groenewald

Library For All Ltd.

Ndizi za Bibi

Toleo hili lilichapishwa 2022

Imechapishwa na Library For All Ltd
Barua pepe: info@libraryforall.org
URL: libraryforall.org

www.africanstorybook.org

Michoro asilia imechorwa na Catherine Groenewald

Ndizi za Bibi
Nafula, Ursula
ISBN: 978-1-922876-36-2
SKU02811

Ndizi za Bibi

Bibi alikuwa na bustani nzuri iliyojaa mtama, ulezi na mihogo. Lakini kati ya mazao yote, alipenda zaidi ndizi.

Japo bibi alikuwa na wajukuu wengi, nilikuja kubaini kuwa alikuwa ananipenda mimi zaidi ya wote. Mara nyingi alikuwa akinialika nyumbani kwake. Pia alikuwa ananiambia siri ndogo ndogo. Lakini kulikuwa na siri moja ambayo hakunishirikisha: alipokuwa anavundika ndizi.

Siku moja niliona tenga kubwa limeanikwa juani nje ya nyumba ya bibi. Nilipouliza lilikuwa la nini, jibu pekee nililopata lilikuwa, "Hilo ni tenga langu la maajabu." Pembeni mwa tenga lile kulikuwa na majani ya ndizi ambayo bibi alikuwa akiyageuza kila mara. Nilipatwa na shauku. "Bibi, hayo majani ni ya nini?" niliuliza. Jibu pekee nililopata lilikuwa, "Ni majani yangu ya maajabu."

Nilikuwa na shauku kubwa kumwangalia bibi, ndizi, majani ya ndizi na tenga kubwa. Lakini bibi alinituma kwenda kwa mama. "Bibi, tafadhali naomba nitazame unavyoandaa…" "Usiwe msumbufu, fanya ulichoambiwa," alisisitiza. Nikaondoka nikikimbia.

Niliporudi, bibi alikuwa amekaa nje, ila hakukuwa na tenga wala ndizi. "Bibi, tenga liko wapi, zile ndizi ziko wapi, na…" Jibu pekee nililopata lilikuwa, "Zipo kwenye eneo la maajabu." Ilikuwa inasikitisha.

Siku mbili baadaye, bibi alinituma kwenda chumbani kwake kumletea mkongojo. Mara tu baada ya kufungua mlango, nilikaribishwa na harufu kali ya ndizi mbivu. Pembeni mwa chumba kulikuwa na tenga kubwa la maajabu la bibi. Lilikuwa limefichwa na blanketi la zamani. Nikaliinua na kunusa ile harufi nzuri.

Sauti ya bibi ilinishtua alipoita, "Unafanya nini? Fanya haraka niletee mkongojo." Nikaharakisha kwenda nje na mkongojo wake. "Unatabasamu nini?" bibi aliuliza. Swali lake likanifanya nigundue kuwa kumbe bado nilikuwa ninatabasamu baada ya kugundua eneo lake la maajabu.

Siku iliyofuata bibi alipokuja kumtembelea mama yangu, nikakimbilia nyumbani kwake kuangalia ndizi tena. Kulikuwa na vichane vya ndizi zilizoiva. Nikachukua ndizi moja na kuificha kwenye nguo yangu. Baada ya kufunika tenga tena, nikaenda nyuma ya nyumba na harakaharaka nikaila. Ilikuwa ni ndizi tamu ambayo sijawahi kula kamwe.

Siku iliyofuata, bibi alipokuwa bustanini akichuma mboga, nikanyemelea ndani kuchungulia ndizi. Karibu zote zilikuwa zimeiva. Nikashindwa kujizuia nikachukua kichane cha ndizi nne. Nilipokuwa nanyata kuelekea mlangoni, nikamsikia bibi akikohoa nje. Nilifanikiwa kuzificha ndizi ndani ya nguo yangu na tukapishana bila ya kugundua.

Siku iliyofuata ilikuwa siku ya gulio. Bibi aliamka asubuhi sana. Huwa anapeleka ndizi mbivu na mihogo kuuza gulioni. Siku hiyo sikuwa na haraka kwenda kumsalimia. Ila sikuweza kumkwepa kwa muda mrefu.

Jioni ile niliitwa na mama, baba na bibi. Nilijua kwanini. Usiku ule nilipokwenda kulala, nilijua siwezi kuiba tena. Siwezi kumwibia bibi, wazazi wangu na mtu yeyote yule.

Unaweza kutumia maswali haya kuzungumza kuhusu kitabu hiki na familia yako, marafiki na walimu.

Umejifunza nini kutoka kwenye kitabu hiki?

Elezea kitabu hiki kwa neno moja. Kinachekesha? Kinatisha? Kina rangi nzuri? Kinavutia?

Je, kitabu hiki kilikufanya ujisikie vipi ulipomaliza kukisoma?

Ni sehemu gani uliipenda zaidi kwenye kitabu hiki?

Pakua programu yetu ya msomaji
getlibraryforall.org

Kuhusu wachangiaji

Library For All hufanya kazi na waandishi na wachoraji kutoka duniani kote ili kutengeneza hadithi mbalimbali, zinazofaa na za ubora wa juu kwa wasomaji wachanga.

Tembelea libraryforall.org
upate habari mpya kuhusu matukio ya waandishi na semina, vigezo vya uwasilishaji wa hadithi na fursa nyingine zenye ubunifu.

Je, ulifurahia kitabu hiki?

Tuna mamia ya hadithi za asili zilizoratibiwa kwa ustadi zaidi unazoweza kuchagua.

Tunafanya kazi kwa ushirikiano na waandishi, waelimishaji, washauri wa kitamaduni, serikali na mashirika yasiyo ya kiserikali ili kuleta furaha ya kusoma kwa watoto kila mahali.

Ulijua?

Tunaleta mchango mkubwa kimataifa katika nyanja hizi kwa kukumbatia Malengo ya Maendeleo Endelevu ya Umoja wa Mataifa.

www.ingramcontent.com/pod-product-compliance
Lightning Source LLC
Chambersburg PA
CBHW040317050426
42452CB00018B/2886